BADO TUKO SAMBAMBA

Maelezo mafupi ya Usawa wa KiBiblia

Janet George

Kimetafsiriwa na Rev. Philip Amukoa Owasi

Christians for Biblical Equality
www.cbeinternational.org

*BADO TUKO SAMBAMBA: MAELEZO MAFUPI YA USAWA
WA KIBIBLIA*
Copyright Janet George © 2012
Kimetafsiriwa na Rev. Philip Amukoa Owasi
PUBLISHED BY CHRISTIANS FOR BIBLICAL EQUALITY
122 W Franklin Ave, Suite 218
Minneapolis, MN 55404-2451
www.cbeinternational.org

*STILL SIDE BY SIDE: A CONCISE EXPLANATION OF
BIBLICAL EQUALITY*
Copyright Janet George © 2009
PUBLISHED BY CHRISTIANS FOR BIBLICAL EQUALITY
122 W Franklin Ave, Suite 218
Minneapolis, MN 55404-2451
www.cbeinternational.org

ISBN-13: 978-0-9820465-4-8

Printed in the United States of America.

Yaliyomo

Utangulizi..1

Mwanzo

Uumbaji..3

Kuanguko..5

Usawa Wa KiBiblia

Mmoja katika Kristo..6

Yesu na Wanawake..11

Karama za Roho..15

Wanawake katika Biblia..17

Matatizo katika Kanisa la kwanza

Unyamavu 18

Mafundisho na Mamlaka..20

Uongozi..24

Utiivu..29

Kumalizia..31

TNIV: *Today's New International Version — Habari Mpya Leo Kimataifa*..33

Vitabu wilivyotumiwa..36

Utangulizi

Katika chuo, niliulizwa kufundisha warsha wakati wa mapumziko mwishoni mwa wiki kwa ajili ya wanafunzi wa chuo. Wakati niliambia mpenzi wangu yeye alinivunja moyo kwa sababu Biblia inasema wanawake hawapaswi kufundisha wanaume. Kwa hivyo, nillikataa kwa sababu sisi zote tulitaka kuwa watiivu kwa Maandiko jinsi tulivyoelewa. Mimi nilihudhuria warsha, na mtu ambaye alikua badala yangu alikua mtu wa ajabu, lakini si mwalimu wa ufananisi. Nakumbuka nikikaa pale nikifikiria, "Hii hakika haionekani kuwa na haki" wataka kujua ni nini kilichotokea kwa mpnenzi wangu. Mimi nilimuoa. Hapa ni mengine ya hadithi:

Mart na mimi tulianza ndoa yetu mwaka wa 1978 tukifikiri yakwamba Biblia hufundisha kuhusu madaraja katika nyumba na kanisa. Hiyo ilimaanisha wanaume ndiyo walikuwa viongozi na wenye kufanya maamuzi. Siyo kwamba tulifikiri Mungu alidhamini wanaume zaidi kulliko wanawake, bali walikuwa na majukumu maalum. Kwa miaka mingi sisi tuliona mogogoro kati ya kile tulikiri Biblia inafundisha kulingana na uzoefu wetu wenyewe.

Kwa miaka mingi tulihishi kuhitilafiana kati ya yale tulifikiria Biblia inafundisha na uzoefu wetu wenyewe. Kwanzia hapo, tumegudua wingi wa usomi ukitoa maoni tofauti. Wale ambao wanaamini katika usawa wa KiBiblia, wanaamini yakwamba

Biblia inafundisha misingi ya usawa wa waumini wote. Ambao wako huru kutumia vipawa vyiao walivyopewa na Mungu nyumbani, kanisani na katika jamii. Hii nikuumanisha yakwamba daraja zote za huduma nilizima ziwe kulingana na karama ambazo mtu ako nazo na uwezo, bali siyo kwa misingi ya kijinsia. Na nyumbani inasitahili kuwa mahali pa utiivu wa wote. Lakini tunaendelea kukutana nahali ambazo wanaume na wanawake wanakabidhiwa na upungufu kwa sababu ya mtazamo wa madaraja.

Nilienda katika duka la vitabu la kiKristo na sehemu ya wanawake ilichanganya vitabu kuhusu chocolate, mazoezi na mapambo. Sehemu ya wanaume ilikuwa na vitabu kuhusu ukuu, pesa, na mambo yanayotendeka sasa. Haya yanatuma ujumbe gani kwa vijana wetu na wasichana wetu? Mart na mimi tulihudhuria harusi ambapo ilisemekana utiivu ulimaanisha yakwamba mwanamke nilizima atende yale mume wake anasema hata yakiwa siyo sawa. Na hata tunajua wamishonari (mume na mke) ambao msaada wao wakifedha ulisimamishwa kwa sababu wote wawili walikuwa wakifundisha.

Je wajua. . .

- Paulo hatumii neno "kiongozi wa nyumba" katika Biblia.
- Maandiko yanasema yakwamba tunyenyekeane na siyo wanawake kwa wanaume pekee.
- Neno "msaidizi" linalotumiwa kwa mwanamke katika kitabu cha Mwanzo linatumiwa kwa kuelezea juu ya Mungu.

Wacha tutafute ukweli ndiposa sisi wote tuweze kumtumikia Mungu kwa sambamba.

Uumbaji

Ndipo Mungu akasema, "Tufanye mtu kwa mfano wetu, kwa sura yetu, wakatawale juu ya samaki wa baharini na ndege wa angani, juu ya mifugo, juu ya dunia yote, na juu ya viumbe wote watambaao juu ya nchi." Kwa hiyo Mungu alimwumba mtu kwa mfano wake mwenyewe, kwa mfano wa Mungu alimwumba, mwanaume na mwanamke aliwaumba. Mungu akawabariki na akawaambia, "Zaeni na mkaongezeke, mkaijaze tena dunia na kuitiisha. Mkatawale samaki wa baharini, ndege wa angani na kila kiumbe hai kiendacho juu ya ardhi ambacho kiko na uhai" (Mwanzo 1:26-28, maneno mepesi kutilia mkazo).

Hapa kuna mambo mawili kuhusu mamlaka. Mamlaka ya Mungu juu ya muumbo na mamlaka ya pamoja ya mume na mke juu ya inchi na vyiumbe vyote. Kwanza hapo Mwanzo hapakuwa na nia ya wanaume kuwa na mamlaka juu ya wanawake. Pamoja walitakiwa kuzaa watoto na kuwalea na kutawala inchi.

Mungu akasema, "Si vema huyu mwanaume kuwa peke yake. Nitamfanyia msaidizi anaye mfaa" (Mwanzo 2:18 mkazo uliongezwa).

Neno msaidizi au "ezer" limekuwa likitafsiriwa vibaya kumaanisha wanawake waliumbwa kwa ajili yakutumikia wanaume. Linda Belleville anaelza yakwamba neno hili limetajwa mara kumi na tisa katika agano la kale. Na kila mara linapotajwa, linahusus

S Biblia inasema wanawake waliumbwa kuwa wasaidizi kwa waume zao. Basi hao wanaume hawakuumbwa kama viongozi jasiri?

J Wanaume na Wanawake waliumbwa kuwa washirika, sawa kuwajibika kwa ufalme wa Mungu.

msaada ambao yule mwenye nguvu anawaza kupeana kwa yule mwnye hitaji. Huu unaweza kuwa msaada kutoka kwa Mungu, kwa mfalme, kutoka kwa muungano au kutoka kwa jeshi. Aidha, mitajo kumi na tano kati ya kumi na tisa inazungumzia juu ya msaada ambao Mungu pekee anaweza kupeana (1). Kwa mfano:

> Nitayainua macho yangu nitazame milima, msaada wangu watoka wapi? Msaada wangu ukatika bwana aliyezifanya mbingu na inchi (Zaburi 121:1-2).

Neno wa 'kufaa' au 'knegdo' linamaanisha uso kwa uso au kulingana na msaidizi wakufaa inamaanisha mwenzi wa kulingana naye katika kila njia. Mwanamke aliumbwa na uwezo unaofaa kuwa sambamba na kukamilisha huduma waliopewa na Mungu. Imesemekana yakwamba, mamlaka huelekea kwa huaribifu, ni hakika yakwamba mamlaka yasio na kiasi huribu kabisa.

Ni hatari kuweka mtu mmoja (mwanaume) katika nafasi ya uongozi ambao hauwezi kugaramika na kuwajibika. Mungu alijua haya na ndiposa ushirika wala siyo mamlaka likawa kusudi lake. Kwenda kando na haya na kulazimisha daraja za uweza na mamlaka vinaweza kusababisha na kuleta mapigano ya kimwili. Wacha tukuamiliye kwa kusudi la kwanza la Mungu.

Kuanguko

Kwa mwanamke akasema, "Nitakuzidishia sana utungu wakati wa kuzaa kwako, kwa utungu utazaa watoto. Tamaa yako itakuwa kwa mumeo naye atakutawala." Kwa Adamu akasema, "Kwa sababu ulimsikiza mke wako na ukala kutoka kwenye mti niliokuamuru, 'msile tunda lake,' ardhi imelaaniwa kwa sababu yako; kwa kazi ngumu utakula chakula kitokacho humo siku zote za maisha yako. Itazaa miiba na mibaruti kwa ajili yako, nawe utakula mimea ya ardhi. Kwa jasho la uso wako utakula chakula chako hadi utakaporudi mavumbini" (Mwanzo 3:16-19).

Wote mume na mke walishiriki katika kuanguko. Chaguo la dhambi lileta matokeo ya kulaniwa kwa ardhi, utunguu wa kuzaa na utawala wa mwanaume. Haya siyo maagizo ya jinsi tunavyoweza kuishi, isipokuwa madhara ya dhambi kuingia katika ulimwengu. Mume kutawala mke kama miiba ya ardhi ni jambo ambalo linhitaji kushindwa siyo kukumbatiwa. Belleville hueleza, "ya kwamba nia ya agano takatifu ilikuwa ya ushirika, utawala wa pamoja juu yaa inchi, na majukumu ya pamoja ya kuzaa na kullea watoto na kushiriki pamoja katika kutunza arshi. Utawala wa mtu juu ya mwingine haikuwa kusudi lake Munguhapo Mwanzo. Haya yalikuwa ni matokeo ya kutotii Mungu" (2). Tungalli tunahitaji kuhudumu sambamba.

Mmoja katika Kristo

S Mungu anapenda na kuthamani kila mmoja. Lakini wanaume na wanawake hawako na majukumu tofauti?

J Majukumu yanatakiwa kuzingatia uwezo, karama, na ujuzi, siyo jinsia.

Hakuna tena tofauti kati ya myahudi na mgiriki, mtumwa na mtu huru, mwanaume na mwanamke. Wote mmekuwa kitu kimoja kwa kuungana na Kristo Yesu (Wagalatia 3:28).

Wengine wanasema yakwamba mstari huu huelezea wanawake na wanaume kupendwa sawa, kudhaminiwa sawa na kuokolewa sawa (usawa katika kuwa) lakini wako na majukumu mbali mbali (kazi tofauti). Kuna mifano ya utiivu kame vile kazi ya mwalimu/ mwanafunizi, mwajiri/mwajiriwa. Lakini kazi zinaambatana na uwezo na ni zamda. Mwanafunzi ni mtiivu darasanin kwa sababu ya uwezo wa mwalimu ambao ni wa mda tu. Kama mwalimu angefanya kazi kwa mkahawa ambao mwanfunizi anamiliki, majukumu yangebadilika majukumu yanabadilika kulingana na hali na kuhetimu kwa mtu.

Rebecca Merrill Groothuis ameelza yakwamba utiivu wa wanawake hauwekwi kwa msingi wa uwezo wao, bali kwa sababu hao ni wanawake. Na hii siyo kwa mda tu, kwa sabau hataweza kujikomea kutoka kwa hiyo. Hii sasa inaruka kutoka katika kuwa tofauti kaktika majukumu hadi kwa kuwa tofauti katika kuwa. Hata maana kusema mwamke akiwa na uwezo wa kielimu ni lazima atii mamlaka ya wanaume hata ingawaje ana kiwango kile cha masomo sawa na yule mwanaume (3).

Kumbuka ya kwamba mstari huu hauzingumzii tu juu ya wanaume na wanawake. Kumbuka yakwamba kama majukumu yangengukuwa juu ya taifa au jamii. Paulo hasemi yakuamba sisi sote ni sawa. Mstari huu unamaanisha yakuamba taifa, jamii, au jinsia havifai katika kazi ya Kristo. Kwa maana sisi sote ni sawa.

Misitari nyingi katika Agano Jipya zathibitisha yakwamba waumini wote ni sawa katika utenda kazi: Yohana 17:20-23, Warumi 12:4- 5, 1 Wakorintho 12:12-14, Waefeso 4:4-8, 11-13.

Kanisa lapaswa kuonyesha mfano wa umoja katika ulimwengu huu ambao umebodeka. Neno lolote au nia yoyote au maongozi yanayodokeza yakwamba wanawake ni duni kuliko wanaume katika njia yeyote ile inazuia mfano wa upendo wa Mungu ulio kwa wote.

S Inabidi kuwe na mtu katika mamlaka ya kufanya maamuzi. Je, hii asili kwa ajili ya kuonekana kwa mtu?

J Ili kuwa na uwajibikaji, na kuchukua fursa ya maarifa na uzoefu, na kufanya uamuzi lazima kuwa pamoja.

Hata hivyo, mbele ya bwana mwanamke si kitu bila mwanamume, naye mwanamume si kitu bila mwanamke. Kama vile mwanamke alivyotokana na mwanamume, vivyo hivyo mwanamume huzaliwa na mwanamke; kila kitu hutoka kwa Mungu (1 Wakorintho 11:11-12).

Katika jamii ya kisasa wanawake na wanaume wako sawa na uwezo wakufanya maumuzi sawa. Kumnyima mwanamke mwenye busara kutumia haki yake ya kiakili ya uwezo wake kunapunguza na wale wote ambao kando nay eye. Nia ya Mungu tanu Mwanzo ni juu ya kuwa na mamlaka ya pamoja katika kufanya uamuzi ndani ya jamii. Inastahili tu dumu sambamba. Kutakuwa na wakati ambapo majadiliano yanafikia hali ya kulazimisha. Hapa chini njia ambazo ni za kutumia kwa suluhisha maamuzi yaliyo tawanyika ambazo zimependekezwa na Gilbert Bilezikian:

1. Tafuta mwongozo wa Mungu.
2. Jaribu kunyenyekeana, kusikiza, kuheshimiana na kuonyeshana hruma.
3. Tumia vipawa vya binafsi, karama za kawaida na wenye ujuzi katika swala lenye utata.
4. Ridhiana kutoka pande zote mbili.
5. Tafuta ushauri kutoka kwa watu wenye ujuzi na wanaminika.
6. Eleza wazizi kanunin za Biblia.
7. Tambua usemi wa kawaida na usio wakawaida.
8. Kumbuka mtu ambao ako na wingi, anapaswa na usemi mkubwa katika kufanya maamuzi (4).

Lakini ninyi ni taifa teule, ukuhani wa kifalme, taifa takatifu la Mungu, mlioitwa ili kutangaza sifa zake yeye aliyewaita kutoka gizani mkaingie katika nuru yake ya ajabu (1 Petero 2:9).

Hakuna mahali katika Biblia kuonyesha yakwamba mume ni kuhani katika boma. Tunaweza kusema wazi wazi yakwamba katika Kristo wote tumepata usawa na wajuibu kwa Mungu. Jinsi John Phelan anavyosema, "Pasia ya hekalua imepasuliwa mara mbili na sasa watu wote wako na njia ya kumfikia Mungu.

Watu wote wa Mungu ni makuhani. Watu wote wa Mungu ni watakatifu na watu wote wa Mungu wako na Roho" (5).

Neno "Baba" ni mojawapo wa mifano ya maneno yanayotumiwa kwa Mungu kueleza yeye ambaye siku moja alitoa uridhi na ulinzi. Mungu siyo mwanaume, Mungu ni Roho (Yohana 4:24). Wote wanawake na wanaume wameumbwa kwa mfano wake na kwa usawa wanadhihirisha Mungu. Mimi Haddad anasema, "Ikiwa tutakasia kusema Mungu ni mwanaume, basi hiyo ni sanamu, na tunamfanya Mungu kuwa sura yetu ambao ni kunyume na Biblia" (6).

Yesu alikuja kama mwanaume ndiposa akaweze kuingia katika sunagogi mahali ambapo wanawake walizuiliwa wakati huo. Yesu alikuwa wokuvu wetu kama Mungu katika mwili wa binadamu lakini siyo kama mwanaume.

S Unaweza kuitikia jinsi gani kwa wale ambao wanasema sisi ni rarua familia kwa kutokufuata majukumu ya jadi?

J Nyumbani ambapo usawa wa kiBiblia ni inatekelezwa tu kuimarisha familia.

Kamba ya nyuzi tatu haikaitiki rahisi. Kuna nguvu katika umoja wa wengi (Mhubiri 4:12).

Ikiwa utalegeza nyuzi moja, kigwe kinalegea. Ushirikiano wa kweli ni ule ambao uko na heshima kwa wote wawili. Washiriki katika uwajibikaji na maamuzi. Kwa minajili yakipi kilicho sawa katika jamii ile, inaongeza kufaidika kwa watoto. Kuhimiza wazazi kutafuta mapenzi ya Mungu kwa ajili ya maisha yao haimaanishi watoto wamesaulika katika jamii hiyo. Ni mfano mwema kwa wazazi wote wawili kwa kuonyesha nia ya kusaidia kila mmoja na katika wito – iwe ni katiak nyumbani inje ao yote. Nyuzi ya pili ni Yesus Kristo ambao ni bwana wa nyumba. Mahali ambapo Kristo anaheshimiwa, na kila mmoja anaheshimiwa, upendo unadumu. Kumbuka yakwamba kuna nyakati nyingi ambaza hakuna mama wala Baba nyumbani. Katika hali hii, hasaidii kabisa mzazi (aliye peke yake) kulazimisha kazi ya namna ile ile. Jamii zinatiwa nguvu kwa kuelewa mwili wote wa Kristo.

Yesu na Wanawake

Akawachagua kumi na wawili wafuatane naye na awatume kuhubiri na wawe na mamlaka ya kufukuza pepo (Mariko 3:14-15).

Richard na Catherine Kroeger wanaeleza yakwamba "Yesu hakika alikuwa na kikundi cha wanawake waliofuata katika mahubiri. Wasomi wa Talmud waliambiwa wasiongee na mwanamke hadharani hata wake wao kwa sababu hii ilikuwa ni jaribio kwa dhambi. Na tena hawakuruhusiwa kuzungumza maneno kuhusu Mungu na mwnanamke yeyote. Lakini Yesu alikariri ya kwamba ni lazima wokuvu uchukue nafais ndiposa nia kama hizo ziweze kubadilika" (7).

Isitoshe hatukweko na mwanfunzi asiye myahudi.

Mwanafunizi mwanamke

Baada ya haya Yesu alikwenda katika miji na vijiji akifu atana na wanafunzi wake. Kila alipokwenda alihubiri habari njema za ufalme wa Mungu. Baadhi ya wanawake aliokuwa amewatoa pepo wachafu na kuwa ponya walifuatana naye. Miongoni mwao alikuwepo Mariamu ambaye aliitwa Magdalena, aliyetolewa pepo saba; Yohana mke wa Chuza -msimamizi wa ikulu ya Herode; Susana, na wengine wengi.

S Kwa nini Yesu hakuchagua wanafunzi wowote Wanawake?

J Wayahudi wanaume walichaguliwa kwa sababu waliweza kukamilisha kazi ya muda wao. Sasa wote wanaitwa kutimiza mwito Mkuu.

S Wanawake walishiriki katika huduma ya Yesu?

J Heshima ya Yesu kwa wanawake na kuhusishwa kwao katika huduma yake inaweza kuchukuliwa ukaidi!

Wana wake hawa walimhudumia Yesu na wanafunzi wake kutokana na mapato yao wenyewe (Luka 8:1-3).

Wanawake hata hawakuhesabiwa katika mikutano ya hadhara lakini Yesu aliakaribisha usaidizi wao wa mali na hat kifedha.

Yesu anawafunidsha wanawake

Wakati Yesu na wanafunzi wake walipokuwa wakiendelea na safari yao ya kwenda Yerusalemu, walifika katika kijiji kimoja ambapo mwanamke mmoja aliyeitwa Martha alimkaribisha Yesu nyum bani kwake. Martha alikuwa na mdogo wake aliyeitwa Mariamu ambaye aliketi chini karibu na Yesu akisikiliza mafundisho yake. Lakini Martha alikuwa akihangaika na maandalizi yote. Kwa hiyo alikuja kwa Yesu akalalamika, "Bwana, hujali kwamba mdogo wangu ameniachia kazi zote? Mwambie aje anisaidie!" Bwana akamjibu, "Martha! Martha! Mbona unasumbuka na kuhangaika na mengi? Unahitaji kujua kitu kimoja tu. Mariamu amechagua kilicho bora, na hakuna mtu atakayemwondolea" (Luka 10:38 – 42).

Wakati wa Yesu wanawake walikuwa wananyimwa elimu lakini Mariamu alipochukua nafasi yakuwa mwanafunzi miguuni mwa Kristo, Yesu alitetea haki yake ya kujifunza. Kumbuka yakwamba Yesu alisema kuhusu chaguo lake "Hakuna mtu atakayemwondolea" ingawaje wengi wamejaribu.

Mwanamke mwinjilisiti

Wakati huo wanafunzi wake wakarudi, wakashangaa sana kumwona akizungumza na mwanamke. Lakini hakuna aliyemwuliza, "Unataka nini kwake?" au "Kwa nini unazungumza naye." Yule mwanamke akaacha mtungi wake, akarudi mjini akawaam bia watu, "Njooni mkamwone mtu aliyeniambia mambo yote nili yowahi kufanya! Je, yawezekana huyu ndiye Masihi?" Basi wakamiminika watu kutoka mjini wakamwendea Yesu, Wasamaria wengi walimwamini kutokana na ushuhuda wa yule mama alipowaambia kwamba, "Ameniambia mambo yote niliyowahi kutenda" (Yohana 4:28-30, 39).

Wanawake walizuiliwa kuonekana hadharani na walitazamwa kama majaribio ya kutenda dhambi. Lakini alishangaza wanafunzi wake wakati alipozungumza na mwanamke ambaye hakuheshimika siku hizo. Haya ndiyo mazungumzo marefu na ya Yesu ambayo hayajawai kuandikwa kuhusu wanawake. Yesu alimtia moyo kuwa mwinilisiti katika jiji lake. Kwa sababu ya ushuhuda wake, walimwamini Yesu.

Yesu aweka vipaumbele

Alipokuwa akisema hayo, mwanamke mmoja katika umati akasema kwa nguvu, "Amebarikiwa mama aliyekuzaa na kukunyon yesha." Yesu akajibu, "Wamebarikiwa zaidi wale wanaolisikia neno la Mungu na kulifuata" (Luka 11:27-28).

Siku hizo wamawake walikuwa wakidhaminiwa kama wakuzaa watoto, lakini Yesu akasema, ni vyema zaidi kuwa mwanafunzi.

Wanawake wafundisha wanafunzi kuhusu ufufuo

Wakiwa wamejawa na hofu na furaha nyingi, wale

wanawake waliondoka upesi pale kaburini, wakaenda mbio kuwaeleza wanafunzi habari hizo. Mara, Yesu akawatokea, akawasalimia, "Salamu!" Wale wana wake wakamwendea wakajitupa chini wakaishika miguu yake, wakam wabudu. Ndipo Yesu akawaambia, "Msiogope. Nendeni mkawaambie ndugu zangu waende Galilaya, wataniona huko" (Mathayo 28:8-10).

Siku hizo ushahidi wa mwanamke haukutamblika katika mahakama – lakini Yesu alichagua wanawake wawili kuwa mashahidi wa ufufuo.

Yesu hakufundisha unyanyasaji wa wanawake. Yesu alileta mabadiliko katika matukio ya muanguko na hii ilithibidika katika nia yake kuhusu wanawake. Yesu aliokoa wanawake kutoka dhambini na kutoka kwa dhuluma na akawaweka huru!

Karama za Roho

...Hili ndilo lilonenwa na nabii yoeli,, siku za mwisho asema munugn nitawamiminia binadamu wote Roho yangu: wavulana wenu na binti zenu watatabiri, vijana wenu wataona maono na wazee wataota ndoto. Ndio, hata watumishi wangu wa kiume na wa kike nitawamiminia Roho yangu siku hizo, nao watata biri (Matendo 2:16-18).

Sasa, kwa kila mtu Roho mtakatifu hudihrihswa kwa faida ya wote... Hizi zote ni kazi za Roho mmoja anayefanya hay yote, naye hugawa karama kwa kila mtu kama yeye mwenyewe apendavyo (1 Wakorintho 12:7, 12).

Tuko na vipaji mbalimbali kufuatana na neema tuliopewa. Mwenye kipaji cha unabii atumiye kulingana na imani yake, mwenye kipaji cha utumishi na atumike, mwenye cha kufundisha na afundishe. Mwenye kipajai cha kufariji wengine na afanye hivyo. Mwenye kumugawiya mwenzake alicho nacho na afanye hivyo kwa ukarimu. Msimamizi na asimamie kwa bidii, naye mwenye kutenda jambo la huruma na fanye hivyo kwa furaha (Warumi 12:6-8).

Kila mmoja wenu na aitumie karama aliyopewa kwa kutumika weningine kama mawakili waaminfu wa neema ya Mungu katika hali tofauti (1 Petero 4:10).

Wakati vipaji (karama) vinapotajwa katika Agano Jipya, hakuna mahali popote panapoonyesha utofauti wakinjisia na hata karama ambazo zinahesabiwa kuwa zenye mamlaka. Hii inazuia kazi ya

S Mungu huwapa karama za kiroho kwa waumini, lakini hii si tofauti na wanaume na wanawake?

J Mungu huwapa karama za kiroho kama inahitajika, Karama za kiroho haziwezi kamwe kugawanywa na Jinsia.

injili wakati nusu ya watu wanapowekewa mipaka ya kumtumika Mungu kulingana na akrama zao. Yesu alifundisha katika Mathayo 9:37-38, "…mavuno ni mengi lakini watenda kazi ni wachache, kwa hivyo mwombeni bwana wa mavuno ili awapeleke watenda kazi katika shamba lake la mavuno." Ni kwa sababu gani yeyote ashushe moyo watu wa Mungu kutofanya kazi yake.

Mwaka wa 2004 katika kamati ya Lausanne kuhusu baraza la uinjiliisiti wa ulimwengu huko Thailand, uliokuwa na washiriki 1580 kutoka katika inchi 130 walianda kuzungumzia jinsi ya kutilia nguvu kanisa lolte kupeleka Injili yote kwa wote. Mojao yaliyothibitishwa inasoma hivi 'tunathibitisha ukuhani wa waumini wote na kutoa wito kwa kanisa kuenda kutia moyo na kuwapa nguvu wanawake, wanaume na vijana kutimiza wito wao kama mashahidi na watenda kazi pamoja katika kazi ya kueneza injili mahali popote (8).

Gilbert Bilizekian analeta jambo hili nyumbani kwa kusema "Bwana wetu aliezea halli mbaya ya watumishi wanaozika talanta zao badala ya kuzitumia vilivyo kwa ajili ya huduma ya ufalme (Mathayo 25:30). Mtu atatetemeka kwa ajili ya adabu moja mbaya ya matokeo kwa viongozi wa kanisa ambao wanajichaguliya hao wenyewe kulazimisha waumini ambao wako chini yao kuzika talanta ambazo walipewa na Mungu badala yakwahimiza kutumia nnia yote inayopatikana kwa makusudi ya ufalme" (9).

Wanawake katika Biblia

Maandiko yaelezea juu ya wanawake katika nyasifa za uongozi. Wanatajwa kiasi kulilko wanaume kwa sababu ya utamaduni wa wakati ule. Lakini ingekuwa ni makosa wanawake kufunidsha, hawangeteuliwa katika au kusifiwa katika Maandiko.

- Hanah (Luka 2:36-38) na binti wane wa Philipo (Matendo 21:8-9) walikuwa manabii.
- Pricila alifundisha pamoja na Aquila njia za Mungu kwa Apolo (Matendo 18:24-26) na kwanzisha kanisa nyumbani mwao (1 Wakorintho 16:19) na wakiitwa watenda kazi pamoja na Paulo (Warumi 16:3).
- Pheobe alikuwa shemasi na mfadhili wa Paulo (Warumi 16:1-2).
- Lydia alikutanisha washiriki katika nyumba yake na akakaribisha Paulo na sila (Matendo 16:13-15, 40).
- Junia alikuwa mwanafunzi (Warumi 16:7).
- Eudia na syntyche walikuw watenda kazi pamoja na Paulo (Wafilipi 4:2-3).

S Viongozi wote katika kanisa la kwanza hawakuwa wanaume?

J Kutokana na mazingira ya kijamii, kuna idadi ya ajabu ya viongozi wanawake katika Agano Jipya.

Unyamavu

S Biblia haisemi wanawake wasizungumze katika kanisa?

J Mstari katika Wakorintho kwamba wanawake wanapaswa kuwa kimya inahusu itifaki ya wakati huo. Hauna lakufanya kwa wanawake walio na uwezo au usahihi kwa siku hizi.

Kila kitu ni lazima kifanywe ili kanisa ipate kujengwa. Kama mtu amenena kwa lugha, wawili au watatu wanapaswa kunena pia, mmoja kwa wakati moja, na mtu lazima atafsiri. Kama hamna mkalimani basi msemaji anapaswa kutulia kanisani, waache wazungumze wenyewe na Mungu wao. Manabii wawili au watatu wanafaa kuzungumza na mwingine anafaa kupima kwa makini yale yanayozungumzwa. Kama ufunuo umemjia mtu ambaye amekaa chini, msemaji wa kwanza anapaswa kutamatisha aliyokuwa akiyazungumzia…kwa maana Mungu si Mungu wa machafuko bali ni wa amani-kama ilivyo katika makusanyiko yote ya watu wa Mungu. Wanawake wanafaa kuwa kimya katika makanisa. Hawarususiwi kuzungumza bali ni lazima wawe wanawakilisha, kama sheria inavyosema. Wanapotaka kujulishwa kuhusu jambo fulani, wakawaulize wanaume zao nyumbani maanake ni aibu kwa mwanamke kuzungumza akiwa kanisani (1 Wakorintho 14:26b-30, 33-35).

Kila jambo lifanyike ili kanisa lipate kujengwa. Ikiwa mtu atazungumza kwa lugha bass waseme siyo zaidi ya wawili au watatu mmoja baada ya mwingine; na lazima awepo mtu wa kutafsiri. Lakini kama hakuna mtu wa kutafsiri, huyo mnenaji akae kimya kanisani. Watu wawili au watatu walio na unabii wa Neno la Mungu waseme, wapime kwa makini yale yanayosemwa. Kama mmoja ya wale waliokaa akipata mafunuo kutoka kwa Mungu, anayezungumza aache kusema…kwa maana Mungu si Mungu wa machafuko, bali wa amani…kama vile ilivyo katika makusanyiko yote ya watu wa Mungu. Wanawake na wanyamaze katika kanisa, hawana ruhusa kunena bali watii, kama vile inenavyo torati kwao. Nao wakitaka kujifunza neno lolote, na waulize waume zao wenyewe nyumbani mwao. Maana ni aibu wanawake kunena katka kanisa.

Katika karne hii ya 21 siyo aibu wanawake kuzungumsa katika kanisa. Kwa kusema kweli watu wengi wanatanishwa katika imani yao kwa sababu wanaona Ukristo kama ni dini ya utawala wa wanaume. Kanuni iliyoko katika fungu la maneno katika Wakorintho niyakwmba ni lazima kuweko utaratibu katika ibaada. Kumbuka siyo wanawake pekee walioulizwa kuwa kimya, lakini kila yeyote aliyekuwa ananeda kuzungumza katika lugha, aliulizwa kunyamaza kama hakuna mtafsiri. Kama nabii moja alikuwa akizungumza na ufuno ukamjia mwingine ye yote yule, nabii wakwanza anyamaze kwanza. Ibaada ilistahili kuwa na utaratibu, kwa sababu Mungu ni Mungu wa amani.

Craig Keener anaandika na kusema kwamba utaratibu wa zamani wa Mediterranean ungekanusha kuzuia mwanamke ambaye ameelimika kuhutubiia wanaume. Wanawake wa siku hizo hawakuwa wameelimika kama wanaume. Hili ni dai ambalo yule hakuna yule katika hali ya ukweli na ako na ufahamu wa maandishi ya zamaani angekuwa na shaka. Paulo anazuia mambo yawapasayo jamii yasiofaa kwa kushauri wanawake kuwacha kuuliza wanaume wengine maswali wakati wamkutano, lakini hayuko kinyume ya hao kujfuzna kwa sababu wakiwa na ufahamu watweza kutamka vyema kiakili katika mikutano ile ile ambamo wangeomba na kutabiri. Tukianalia katika hali, ukweli wa mambo siyo jinsia isipokuwa utaratibu na elimu (10).

Natena, kama Paulo alimaanisha yakwamba wanawake ni lazima siku zote wawe kimya, hangepeana mafundisho wajifunike vichwa vyao wanapoomba na kutabiri katika sura tatu zilizo tangulia.

Mamlaka na Mafundisho

Mwanamke na ajifunze katika utulivu na unyenyekevu. Simruhusu mwanamke ye yote kufundisha au kuwa na mamlaka juu ya wanaume. Mwanamke anapaswa kukaa kimya.Kwa maana Adamu aliumbwa kwanza kisha hawa; na Adamu hakudanganywa bali mwanamke alidanganywa akawa mkosaji. Lakini wanwake wataokolewa kwa kuzaa, kama wataendelea kudumu katika imani, upendo na utakatifu, pamoja na kujiheshimu (1 Timotheo 2:11-15).

Kanuni hapa ni kukabiliana na mafundisho ya uongo. Suala hapa linaonyeshwa mara moja katika 1 Timotheo 1:3

> Kama nilivyokusihi wakati nikienda Makedonia, napenda ukae hapo Efeso uwaamuru watu fulani wasiendelee kufundisha mafund isho ya uongo (1 Timotheo 1:3).

Paulo anaongezea yakwamba wanawake walikuwa lengo la waalimu wa uongo:

> Maana miongoni mwao wamo wale waendao katika nyumba za watu na kuwateka wanawake dhaifu… (2 Timotheo 3:6a).

"Mwanamke lazima kujifunza"

Maneno ya kwanza katika mstari huu mengi ni ya kuigiza na ya

S Kwa kuwa Biblia inasema wanawake hawapaswi kufundisha au kuwa na mamlaka juu ya wanaume, Si hii inamaanisha ya kwamba wanawake hawapaswi kuwa walimu au Wachungaji?

J Aya ya kupunguza mamlaka ya wanawake katika Efeso inaweza kutumika leo kwa kusema kuwa watu ambao hawajaelimika hawezi kupambana na mafundisho ya uongo.

mageuzi lakini kila mara yanarukwa. Paulo alisema wanawake ni lazima wajifunze. Alifikiriya yakwamba njia ya pekee ya kupigana na waalimu wa uongo nikupitiya katika mafundisho yaliyo ya ukweli. Na wanawake wanapaswa kujifunza kwa njia za wanafunzi wa marabi kwa kimiya na kwa heshima kwa mwalimu wao.

"Simuruhusu mwanamke kufundisha"

Paulo alionyesha wazi yakwamba wanawake hawaruhusiwi kufundisha kama hawajapato mafunzo ya kutosha, kwa sababu alisifu Pricila kwa uwezo wa kufundisha (Matendo 18:24-26 na Warumi 16:3-5). Nakumbauka yakuwa yeye alifundisha na mume wake. Aquila katika Efeso kanisa lile lillopokea barua ambayo iko na kifungu hiki.

"Au an mamlaka juu ya mwanaume"

Rebecca Merrill Groothuis anasema, "Neno ambalo limetfsiriwa mamlaka katika kifungu cha 12 (authentein) siyo neon ambalo limetumiwa mahali pengine katika Agano Jipya kuhashiria matumizi mazuri au halali ya mamlaka (exousia), hakika, neon hili halipatikani mahali popote katika Agano Jipya. Ahidha lina maana mbali mbali katika matumizi ya kale ya Kigiriki mengi ambao yalikuwa na nguvu kuliko mamlaka tu, hata katika hatua za kuleta vurugu" (11).

Paulo hususani alizuia hali ya fujo na nia ya ubwana ambayo haitakuwa sahihi kwa kwa muumini yeyote.

"Anapaswa kukaa kimya"

Wanawake walipaswa kujifunza kwa kimya na si kwa kufuruga, kama ilivyo taratjiwa kwa wanafunzi wote wa shule za marabi.

"Adamu aliumbwa kwanza"

Katika kitabu cha Mwanzo Mungu alitoa maagizo yake yakwamba wasile kwa "mti wa maarifa" moja kwa moja kwa Adamu kabla hawa hajaumbwa. Hivyo, hawa hakuwa na maagizo ya moja kwa moja kutoka kwa Mungu. Rebecca Groothuis anaelezea hii zaidi. "Sababu ya mfano ni yakwambba ili kuepuka udanganyifu na kosa kubwa, wale ambao wanakosa maagiza katika neno la Mungu (kama walivyo kuwa hawa na wanawake wa Efeso). Wanapasawa kutafuta kutoka kwa wataalam ambao wamepata maagizo kikamilifu (kama vile adam and viongozi wanaume katika kanisa la Efeso)" (12).

"Wanaokolewa kwa kuzaa watoto"

Hii ni sehemu ngumu kuelewa, lakini kuna elezo moja: hekalu ya Artemis katika Efeso ilikuwa ni mojao ya maajabu saba katika ulimwengu wa kale. Ilikuwa kubwa pamoja na chumba cha hazina pamoja na walinzi 400. Artemis aliabudiwa kiasi kikubwa kama muungu wa uzazi aliye wasaidia wanawake hasa sana wakati wa motto kuzaliwa. Paulo anasema kwa mazeozi haya kwa kupendekeza wanawake hawana haja yakuangalia ili wawe na usalama wakati wa kuzaa, wanaweza baadala kuwa na imani katika Yesu.

Mimi Haddad anaandika: "Kwa kukabiliana na mafundisho ya uongo katika Efeso, Paulo anapendekeza ya kwamba wanawake wataokolewa kwa kuzaa watoto. Je Paulo alimaanisha yakwamba wanawake wataokolewa wakati wa kujifungua motto na si kwa njia ya kumwabudu artem kama wanaendelea kuwa waaminifu kwa Kristo?" (13).

Craig Keener analeta hatua muhimu: "Biblia inaruhusu huduma ya wanawake katika hali ya kawaida na kukatazwa katika hali isiyo ya kawaida. Kifungu kimoja katika Biblia ambacho lakinakataza wanawake kufundisha Biblia – ukilinganisha na fifungi vingi ambavyo vinaidhinisha wanawake kuwasilisha ujumbe wa Mungu – ni kwa kanisa moja ambao sisi tunajua yakwamba waalimu wa uongo walikuwa hususani kulenga wanawake" (14).

Kwa kifupi isipokuwa katika hali ya kutengwa, mafundisho yote ya Maandiko nikwamba vipawa vyote hupewa wote wanaume na wanawake na wanapaswa kutiwa moyo na kushiriki katika hali zote za huduma. Hatuwezi kutarajia kuwa mikono ya Mungu na miguu kwa ulimwengu na kama nusu yao imefungwa!

Uongozi

Lakini napenda muelewe kwamba Kristo ni kichwa cha kila mwanamume, kama vile mume alivyo kichwa cha mkewe, na Mungu ni kichwa cha Kristo (1 Wakorintho 11:3).

"Kichwa" au "kephale" mara nyingi hufikiriwa kumaanisha mamlaka. Lakini pia inaweza kutafsiriwa kama chanzo, kama vile kichwa cha mto.

Kuna sababu mbili kwa nini neno "kichwa" katika 1 Wakorintho 11:3 linaweza kumaanisha "chanzo cha uziama" badala ya kiongozi mwenye mamlaka. Kwanza uhusiano umeorodheshwa katika mfuatano ya asili. Gilbert Bilezikian utaritibu unao unganisha vipengele vitatu siyo ngazi lakini mpangilio. Wakati wa uumbaji, Kristo alikuwa mtoaji wa uzima kwa watu na akawa chanzo cha uzima wa adamu. Kwa upande mwingine, mwanaume laitoa maisha kwa mwanamke kwa sababu mwanamke alitoka kwake. Wakati utaritibu wa Biblia katika vifungu hive tatu usipoharibiwa, maana thabiti ya "kichwa" katiak ayah ii ni kuwa mtumishi kama mtoa uzima (15).

Matumizi ya fikira hii ni ya ajabu. Mimi Haddad anaandika, "Katika Mwanzo Mungu aliumba mwanamke kutoka kwa mwili wa mwanaume. Vivyo hivyo Kristo ni asili au chanzo cha kanisa. Kristo alikufa ili kuletea wengine uzima. Kwa nia hiyo

hiyo, waume wanapaswa kuwapenda wake zao kwa kujitoa miili yao wenyewe. Hii inarudihsa chini wazo juu ya umoja na uhusiano wa karibu" (16).

Pili, kusema kuwa "kichwa" inamaanisha "kiongozi mwenye mamlaka ya nguvu" ingekuwa kuhashiria na kuweka chini katika utatu, ambayo imekuwa ikionyesha mafundisho yasiyo ya ukweli na uzushi katika historia ya kanisa.

Hebu tuangalie aya hii iliyoko na neno "kephale" kama "kiongozi mwenye mamlaka"

- Kiongozi mwenye mamlaka wa kila mwanaume ni Kristo (ndio)
- Kiongozi mwenye mamlaka wa kila mwanamke ni mwanaume (huenda ikawa)
- Kiongozi mwenye mamlaka wa Kristo ni Mungu (la - Yesu sio kwa inje chini ya Baba).

Kevin Giles anaeleza yakwamba, "Wakristo wote wanakubali yakwamba katika kufanyika mwili mwana menyewe alijiweka chini ya Baba. Yeye alishika jukumu la kuwa mtumishi. Lakinia Wakristo wengi hawaamini kwamba kwenda chini kwa mwana katika kufanyika mwili ni ufafanuzi wa uhasiono wa Baba – mwana wa milele na ndani katika utatu. Katika Wafilipi 2:5-11 Paulo anadai kuwa mwana alikuwa Baba kabla ya hiari yake mwenyewe akafanyika kuwa mtu hana utukufu na mtu wa kufa juu ya msalaba na baadaye aliinuliwa kuwa Bwana" (17).

Aya hii ya leta maana zaidi wakati "kephale" hufafanuliwa kama "chanzo cha uzima."

- Chanzo cha kila mwanaume ni Kristo (ndiyo)
- Chanzo cha mwanamke ni mtu (ndiyo – kwa maana katika uumbaji mwanamke alifanywa nje ya mtu)
- Chanzo cha Kristo ni Mungu (ndiyo - Yesu alitumwa na Mungu Baba katika kufanyika mwili)

Ifwatayo, fikiria baadhi ya aya zinazoelezea Yesu kama kichwa cha kanisa. Kumbuka kwamba hazielezii nafasi yake kama kiongozi au mamlaka. Neno 'kichwa' linamweleza Yesu kama chanzo cha kwanza cha uzima na wokovu na mtoa ya ukuaji.

> Na Mungu ameweka vitu vyote chini ya miguu yake na akamteuwa awe mkuu wa vitu vyote kwa ajili ya kanisa, ambalo ni mwili wake, ambaye hujaza kila kitu kwa kila njia (Waefeso 1:22-23).

> Badala yake, tukiambiana ukweli katika upendo, tutakua kwa kila hali katika yeye, ambaye ndiye kichwa. Naye ni Kristo. Kutoka Kwake, mwili wote ukiwa umeunganishwa na kushikamanishwa pamoja kwa viungo vyake, hukua na kujengeka katika upendo, nakila sehemu ikifanya kazi yake. (Waefeso 4:15-16)

> Wamepoteza uhusiano na kichwa kutokana nacho mwili wote hushika manishwa pamoja kwa mishipa yake na kukua kama Mungu apendavyo (Wakolosai 2:19).

Bilezekian anaelezea, "Agano Jipya ina alama ya kumbukumbu kwa viongozi kutoka nyanja zote za uzima: viongozi wa kidini, viongozi wa jamii, viongozi wa kijeshi, viongozi wa kiserikali, viongozi wa mfumo utawala wa wanaume na viongozi wa kanisa. Kamwe, hakuna yeyote katika hao ametamblika kama 'kichwa au kama kichwa juu ya,' maelezo wazi ya uchache huu ni kwamba 'kichwa' hakimaanisha kiongozi katika Agano Jipya. Matumizi ya kichwa katika mazingira ya wakati inapatikana katika 1 Wakorintho, Waefeso, Wakolosai hutuongoza kwa hitimisho kwamba wazo la uongozi katika Agano Jipya linahusu kazi ya Kristo kama kichwa - chemchemi ya uzima na ukuaji na katika jukumu lake la mtumishi na mpaji" (18).

Kama bado kushawishika, mimi nakupa changamoto kusoma insha Berkeley na Alvera Mickelsen, "kephale inamaanisha nini katika Agano Jipya?" Hapa ni mfano: zaidi kamusi ya Kiingereza – Kigiriki iliyokamilika - (inayo chukua luga zifuatazo za Kigiriki; homeric, classical na koine Kigiriki) katika wakati wa sasa ni kazi mbili ya kiasi cha zaidi ya kurasa 2,000 iliyokusanywa na Lidded, Scott, Jones na McKenzie, na kuchapishwa kwanza katika 1843... Kamusi hii na mifano, inaorodhesha maana za kawaida za neno 'kephale.' Orodha haiweki ndain 'mamlaka,' 'cheo chenye nguvu,' 'mkurugenzi' au kitu chochote kinacho fanana kama maana ya neno hili" (19). Mickelsen anaendalea katika kurasa kumi na inne akizungumzia juu ya kiyunani (Kigiriki). Itikio la Philip Barton kwa Payne kwa nakala ya Mickelsen anasema, "Mickelsen hakika wanarahishisa jambo lao kutokana na kutumia kiyunani kwao. Ikiwekwa pamoja na ile iliyoongezwa mwaka wa 1968, kamusi ya lidded na scott inaorodhesha maana arobaini na inne za Kiingereza zilizo na maana ya mfano wa 'kephale,' hapana hata moja inaonyesha kiongozi kiongozi, mamlaka, kwanza au ukubwa sana" (20).

Kwa mhutasari, badala ya kuoana wanaume wa kikabiliwa na matokeo ya kusikitisha ya kuanguka, ambayo ni pamoja na utawala juu ya wake zao, Mungu anakusudia waume kuwa chanzo cha maisha na kutia moyo wake zao kama vile Yesu ni kwetu.

Merrill–Groothuis anafafanua kwa kusema "Nikinyume kuelewa neno 'kichwa' cha mke kumaanisha kiongozi wa mke, inanagamiza lengo la Biblia la kichwa kama mlezi wa uzima, hal na ukuaji wa mke. Mtu hawezi kuwa katika ukamilifu wa kiroho, tabia na ukomavu wa kiakili kama amenyimwa nafasi ya kuchukua jukumu lake mwenyewe, na kama anachukuliwa kama mtoto ambae anataka maamuzi yake yaamuliwe kwa ajili yake na mwingine... Ngazi(madaraja) katika ndoa pia zinazuia kuwa kwa mume katika tabia na utakaso, (inayopotea inje ya) kujifunza na upeno wa wawili waliosawa washirika katika huduma wa Ufalme wa Kristo" (21).

Unyenyekevu (Utiivu)

Nyenyekeana kwa kila mmoja kama kumheshimu Kristo. Wake jinyenyekezeni kwa mabwana zenu kama vile mnavyo fanya kwa bwana... Waume, pendeni wake zenu kama vile Kristo alilipenda kanisa akajitoa nafsi yake kwa ajili yake.... Nanyi mabwana, watendeeni watumwa wenu kwa jinsi hiyo hiyo. Musidhulumu kwa sababu mwajua yule ambao ni bwana wao na wenu yuko mbinguni na hakuna mapendeleo ndani yake (Waefeso 5:21-22, 25; 6:5, 9a).

Kunyenyekeana ndio mstari wa jambo kuu hapa ukifundisha jinsi tunavyoweza kuonyesha ujazo wa Roho (Waefeso 3:18) katika nyumbani mwetu.

Paulo alikuwa akitumia unyenyekevu wa wanawake kwa waume zao, katika tamaduni ile, kama mfano wa vile tunaweza kunyenyekea kila mmoja kwa mwingine. Utiivu wa wanawake na watumwa ulihitajika katika shereia za Kiyahudi na Warumi na zilikubalika kama msingi wa utamaduni. Lakini kwa kanisa la kwanza, jambo mhimu lilikuwa ni kueneza injili, si kuleta farakano kwa sheria. Kwa hivyo, kwa hivyo, Paulo anaelzea jinsi unavyoweza kutenda katika jamii ambao inayotawaliwa na kume.

J. Lee Grady anasema kwa muhutasari, "Unyenyekevu, siyo katika hali ya utawala wa nguvu au uongozi juu ya mwingine, lakini katika hali yakutanguliza mwingine na siyo kutaka haki

S Biblia inasema imewapasa wanawaka kuwatii waume zao, Je hii siyo vizuri wakati ni akili inatumika, na kuwa tayari kusaidia?

J Utii wa wake na utii wa watumwa ilitarajiwa katika karne ya kwanza. Lakini Paulo anawaelekeza kaya za Wakristo kuishi katika njia mpya; kunyenyeana kwa kila mmoja!

zake mwenyewe, iweze kuwa ikiendeshwa katika mwili wote Wakristo ndiposa kuonyesha upendo uonyesha upendo wa Kristo kwa ulimwengu" (22).

Kumalizia

Wanawake na wanaume kila mara wamekuwa wakikatizwa kutoka kwa husiano ulio hai na huduma za nguvu kwa sababu ya kutafsiriwa kwa mistari michache katika Biblia. Hii siyo mara ya kwanza ya hii kutendeka. Katika Majimbo ya America wakati ya miaka ya 1800, wateteaji wa watumwa walitemea kwa uzito utafsiri wao wa Biblia. Waligudua yakwamba Yesu aliwataja watumwa katika Mithali na Wagalatia inne inatumia mifano kutoka kwa watumwa, na Waefeso sita inaamuru watumwa kutii mabwana zao. Stan Gundry anasema, "siku moja Wakristo wataona haya kwa saBaba ya kanisa kutete utawala wa kiume wa madaraja (ngazi) jinsi ilivyo sasa katika aya ya kumi na tisa ya utafsiriaji wa Biblia unaotetea utumwa" (23).

Maandiko ni lazima yatafsiriwe kulingana na maneno yaliyotangulia na kufuata hayo. Fikiria kama hali zifuatazo zinafuatana na ujumbe wote we Biblia:

- Mwanamke ambaye amevuviwa na anaenda kwa chuo cha Biblia na anaambiwa yakwamba anaweza kutoa ushuhuda kwa mkutano, lakini akiwa katika sehemu fulani ya kanisa na asiseme kitu chochote kinachokuwa cha kufundisha.
- Mtoto ananyimwa matibabu ya hosipital ambao mama

amefanya utafiti na amepata idhinisho, kwa sababu hakubaliani, anasema la.

- Mwanamke anayetekeleza kazi kubwa katika huduma unaokua anafutwa wakati wanaume wapya wanoingia katika halmashauri na ambao wanaamini wanawake hawatakikani kuwa katika cheo cha uongozi.

- Mwanamke anatukanwa hadharani na kudhulumiwa kimwili na mune wake na mzee wa kanisa, na mchungaji wake anamshauri na kumbwambia asimfanye mume wake kukasirika, lakini atii na kuomba.

- Mwanamke katika chuo, anahsushua moyo kwa kukatazwa kufuatiliya mwendo wa maisha ambo uko namatumaini na anaambiwa yakwamba mapenzi ya Mungu yaliyosawa kwake siku moja atapata kuolewa. Na anaambiwa, hataweza kumtumikia mume wake vyema ikiwa atakuwa akifanya kazi inje ya boma.

Tunakubaliana kuna mawazo tofauti kuhus jambo hili. Lakini tunaweza kufanya makosa, hebu tusifanya makosa kwa kuzuia kazi ya Mungu. Wacha tutiye moyo mwili wote Wakristo, kutumia vipawa vyote, kwa ulimwengu wote. Mahitaji ni makubwa na Mungu anajua... Kila mmoja anahitajika!

TNIV – Today's New International Version – Habari Mpya Leo Kimataifa

Habari Mpya Leo Kimataifa (TNIV) ilichapishwa mwaka wa 2001 kama marekebisho ya Habari Mpya Kimataifa (NIV) ambao iliandikwa mwaka wa 1973. Kama hufahamu Habari Mpya Leo Kimataifa (TNIV) sababu inaweza kuwa yakwamba baadhai ya hudama na maduka ya vitabu haiungi mkono kazi ya kamati ya Habari Mpya Leo Kimataifa.

Yafuatayo ni kutoka kwa, "Neno Kwa Msomaji," Biblia ya Habari Mpya Leo Kimataifa (1973, 1978, 1984) imepata uongozi mkublwa katika maeneo yote yanayozungumza Kingereza Ilikuwa ni tafsiri mypa kabisa kufanywa na wasomi zaidi ya mia moja, wakitafsri moja kwa moja kutoka kwa Maandiko ya Kihebrania, Aramaic na Kiyunani...yakwamba walitoka katika madhehebu mengi... ilisaidia kulinda tafsiri kutoka kwa upendeleo... wakati wa mchakato wa marekebisho... wengi wa wanachama asili (kamati ya utafsiri wa Biblia) wamebadilishwa na wasomi wengine kwa sababu kustaafu na sababu nyingine. Lakini, mchanganyiko wa kigiographia na madhahebu mengine umeshikiliwa... Lengo kuu ya mapitio limekuwa kuleta daima kuleta nakala Mpya ya Kimataifa kwa wasomi wa kisasa wa Biblia kwa sababu ya hali yamabadiliko katika hali keingereza na matumizi yake" (24).

Kamati ya utafsiri ya Biblia ya kundi la wasomi wa kimataifa kutoka madhehebu mbali mbali waliandka Habari Mpya Kimataifa (NIV) na Habari Mpya Leo Kimataifa (TNIV).

Moja ya sehemu ya asili mia saba yambadilko katika nakala ya Habari Mpya Leo Kimataifa ilikuwa juu ya kurekibisha maneno ya kiume. Kwa mfano, kutumia neno wanaume katika hali halisi inatafsiriwa "watu." Nakutumia "Wandugug au Wadada" badala ya wandugu wakati tuko na mchanganyiko wa watu kutokana na hali halisi. Hii nikuepuka kuchanganyikiwa na kuzingatia matumizi ya kisasa ya lugha. Lugha ya kiume ya Mungu haikubadilishwa.

Hakuna ajenda ya siri. Ukweli niyakwamba wanakamati wa timu ya utafsiri wanshikilia maoni tofauti kuhusu usawa wa kinjisia. Badhi ya huduma, madhehebu, na maduka ya vitabu, wamekataa kukubali marekebisho ya Biblia ya Habari Mpya Kimataifa kwa sababu ya matumizi ya lugha sahihi ya kinjisia. Wanaikosoa kama Biblia ya kuwa kwa pande zote. Na kufutia mbali tofauti zote za kinjisia.

Nivugumu kuamini Jinsi mtu anaweza kuwa na mashaka ya marekebisho haya:

Kwa hiyo mtu akiwa ndani ya Kristo amekuwa kiumbe kipya, yakale yamepita, mapya yamenyika! (2 Wakorintho 5:17, NIV)

Kwa hiyo mtu akiwa ndani ya Kristo, uumbaji mpya umefika, ya yamepita,hali mpya ni hapa! (2 Wakorintho 5:17, TNIV)

Heri Mtu Yule hatembei katika shauri la Waovu. (Zaburi 1:1, NIV)

Heri wasio katikahatua pamoja na Waovu. (Zaburi 1:1 TNIV)

Kulikuweko na Binti mdogo alieuliza Baba yake, "Ni kwa sababu gani Mungu hapendi wasichana?" Baada ya kusema Zaburi 1:1 katika tafsiri Habari Mpya Kimataifa kanisani. Kama Habari Mpya Leo Kimataifa ingekuwa inatumika, hilo swali halikuwa katika fikira zake. Wasomi wengi wanapendekeza Habari Mpya Leo Kimataifa kuwa tafsiri ya kisasa iliyo sahihi ya Maandiko matakatifu.

Vitabu Vilivyotumiwa

(1) Linda Belleville, *Two Views on Women in Ministry (Mawazo Mawili kuhusu Wanawake katika Huduma)* (Zondervan Publishing House, 2001; Grand Rapids, MI; James Beek and Craig Blomberg, eds). 142.

(2) Ibid (kitabu hicho tena) 148.

(3) Rebecca Merrill Groothuis, *Good News for Women* (*Habari Njema Kwa Wanawake*) (Baker House, 1997; Grand Rapids, MI) 43

(4) Gilbert Bilezikian, *Beyond Sex Roles* (*Zaidi ya Majukumu ya Kinjisia*) (Baker Academic, 2006; Grand Rapids, MI) 99-100.

(5) John Phelan, *All God's People* (*Watu wote Wa Mungu)* (Covenant Publications, 2005: Chicago, IL) 51.

(6) Mimi Haddad, "What Language Shall We Use?" ("Tutatumia Lugha Gani?") (*Priscilla Papers*, Volume 17, Issue 1, Christians for Biblical Equality; Minneapolis, MN).

(7) Richard and Catherine Kroeger, "Why Were There No Women Apostles?" ("Kwa Nini Hapakuwa Na Mitume Wanawake?") (*Equity*, 1982). 10-12.

(8) David Claydon, "The Context for the Production of the Lausanne Occasional Papers," (*Empowering Women and Men to Use their Gifts Together in Advancing the Gospel [Kuwezesha Wanawake na Wanaume pamoja Kutumia vipawa vyao kwa pamoja kueneza injili], Lausanne Occasional Paper No. 53*; Christians for Biblical Equality, 2005; Minneapolis, MN; Alvera Mickelsen, ed.). iv.

(9) Bilezikian, *Beyond Sex Roles, (Zaidi ya Majukumu ya Kinjisia)* 140.

(10) Craig Keener, *Two Views on Women in Ministry (Mawazo Mawili*

Kuhusu Wanawake Katika Huduma) (Zondervan Publishing House, 2001; Grand Rapids, MI; James Beck and Craig Blomberg, eds.). 166, 169, 171.

(11) Groothuis, *Good News for Women* (*Habati Njema Kwa Wanawake*), 215.

(12) Ibid. (kitabu hicho tena), 222.

(13) Mimi Haddad, "Paul and Women" ("Paulo na Wanawake"), (*Empowering Women and Men to Use their Gifts Together in Advancing the Gospel, Lausanne Occasional Paper No. 53*; Christians for Biblical Equality, 2005; Minneapolis, MN; Alvera Mickelsen, ed.). 34.

(14) Keener, *Two Views on Women in Ministry*, 29.

(15) Gilbert Bilezikian, "I Believe in Male Headship" ("Naamini Katika Uongozi wa Kiume") (Christians for Biblical Equality, Free Articles, cbeinternational.org; Minneapolis, MN).

(16) Haddad, "Paul and Women" ("Paulo na Wanawake"), 35.

(17) Kevin Giles, "The Subordination of Christ and the Subordination of Women" ("Utiivu wa Kristo na Utiivu wa Wanawake"), (*Discovering Biblical Equality*; InterVarsity Press, 2004; Downers Grove, IL; Ronald Pierce and Rebecca Merrill Groothuis, eds.). 337.

(18) Bilezikian, *Beyond Sex Roles* (*Zaidi ya Majukumu ya Kinjisia*), 122.

(19) Berkeley and Alvera Mickelsen, "What Does Kephale Mean in the New Testament?" (*Women, Authority & the Bible*; InterVarsity Press, 1986; Downers Grove, IL; Alvera Mickelsen, ed.). 97-98.

(20) Philip Barton Payne, "Response" ("Itikiyo"), (*Women, Authority & the Bible*; InterVarsity Press, 1986; Downers Grove, IL; Alvera Mickelsen, ed.). 118.

(21) Groothuis, *Good News for Women* (*Habati Njema Kwa Wanawake*), 157-158.

(22) J. Lee Grady, *Ten Lies the Church Tells Women* (*Uongo Kumi ambao Kanisa linaambia Wanawake*), (Charisma House, 2000; Lake Mary, FL). 177.

(23) Stan Gundry, "From *Bobbed Hair, Bossy Wives, and Women Preachers* to *Woman Be Free*: My Story" (*Priscilla Papers,* Volume 19, Issue 2, Christians for Biblical Equality; Minneapolis, MN).

(24) *The Holy Bible, Today's New International Version* (*Habari Mpya leo Kimataifa*), (Zondervan, 2006; Grand Rapids, MI). xi.

www.ingramcontent.com/pod-product-compliance
Lightning Source LLC
Chambersburg PA
CBHW081242020426
42331CB00013B/3276